AF356494

Kujifunza kuhusu urithi wangu

Watu 4 mashuhuri wa Kiafrika

Kujifunza kuhusu urithi wangu

Watu 4 mashuhuri wa Kiafrika

KITABU HIKI KINAMILIKIWA NA:

Kwako wewe mwanangu,

Katika kitabu hiki utagundua shani za wanaume na wanawake wa kupendeza, wanaotoka bara ya kupendeza: Afrika.

Kama tu watu hawa mashuhuri wa Afrika ambao punde utasoma kuhusu, ninataka ujue kuwa pia wewe ni mwerevu, shujaa, mwenye nguvu, na anayekusudiwa kutimiza mambo makubwa!

Chukua mashine yako ya wakati na ujifunze kuhusu hadithi za watu 4 mashuhuri wa Kiafrika.

– Mélissa

YALIYOMO

MANSA MOUSSA
MTU TAJIRI ZAIDI ALIYEWAHI KUISHI

Zaidi ya miaka 700 iliyopita, muda mrefu kabla hujazaliwa, Mansa Moussa alitawala kama mfalme wa Mali.

Wakati huo, Mali ilikuwa milki tajiri sana ya kibiashara katika Afrika Magharibi kutokana na akiba yake ya dhahabu, chumvi, na pembe za ndovu.

Siku moja, Mfalme Moussa aliamua kuenda kuhiji Makka.

Kwa safari hii, alisindikizwa na takriban watumishi elfu kumi na kilo nyingi za dhahabu.

Wakiwa njiani, mfalme na msafara wake walisimama huko Kairo, Misri.
Huko, Mansa Moussa kwa ukarimu alitoa kilo nyingi sana za dhahabu kwa maskini na sultani ambaye, kwa kuvutiwa na ishara hii, aliwaalika kukaa katika kasri zao.

Wakati wa kukaa kwao, Mansa Moussa na watumishi wake walitumia dhahabu nyingi sana kwamba maeneo yote Afrika, na pia huko Ulaya, watu walisikia kuhusu safari ya yule aliyepewa jina la utani:
"mfalme mwenye dhahabu isiyoisha ".

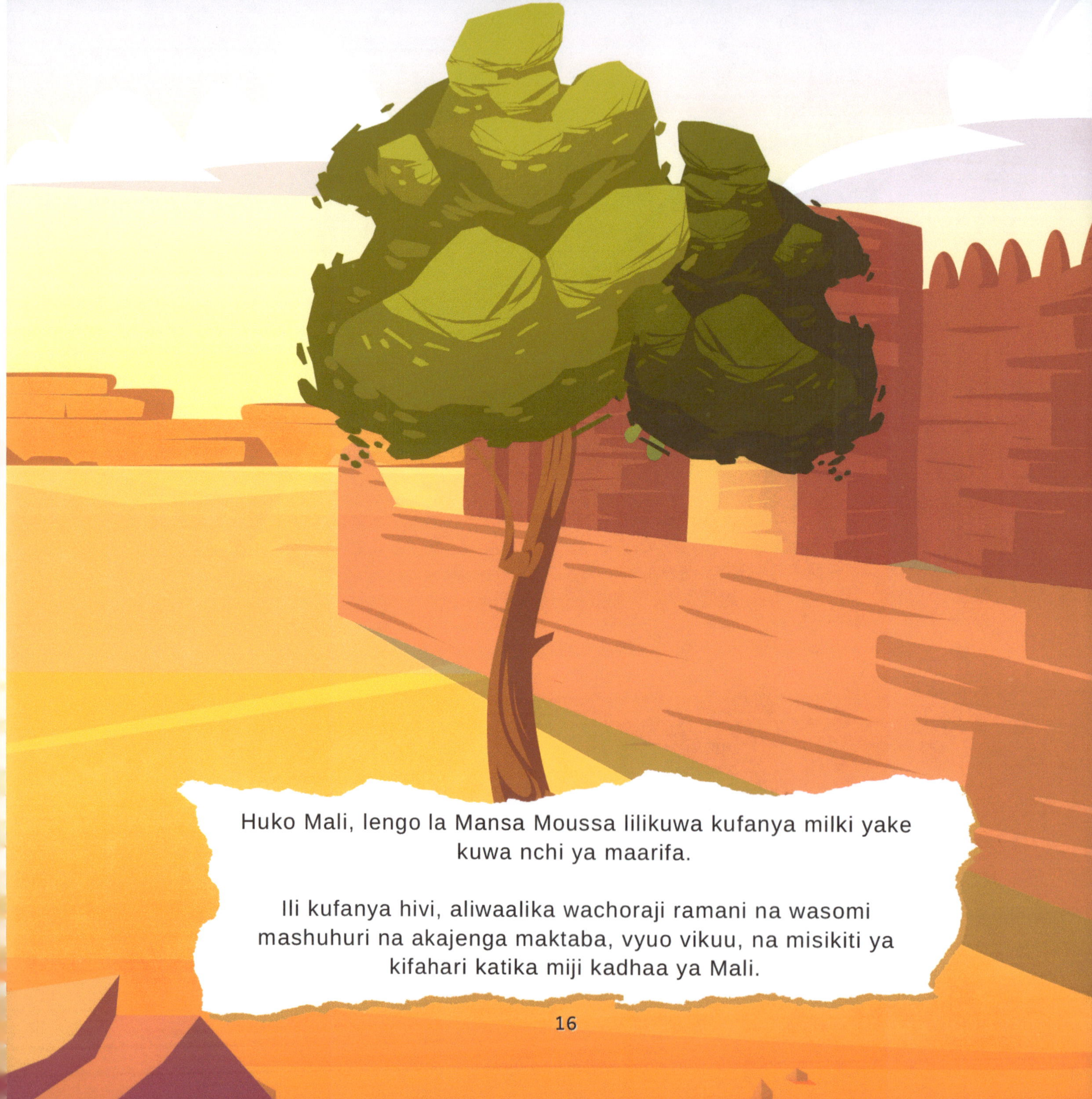

Huko Mali, lengo la Mansa Moussa lilikuwa kufanya milki yake kuwa nchi ya maarifa.

Ili kufanya hivi, aliwaalika wachoraji ramani na wasomi mashuhuri na akajenga maktaba, vyuo vikuu, na misikiti ya kifahari katika miji kadhaa ya Mali.

Hivi ndivyo, chini ya utawala wake, Mansa Moussa aliifanya Mali kuwa milki kubwa zaidi ya maarida ya Makati huo, ambayo pongezi zake zilivuka mipaka ya Afrika.

Kwa upande wake, kutokana na utajiri huu wote alioweza kujikusanyia, anabakia kuwa mtu tajiri zaidi aliyewahi kuishi hadi leo!

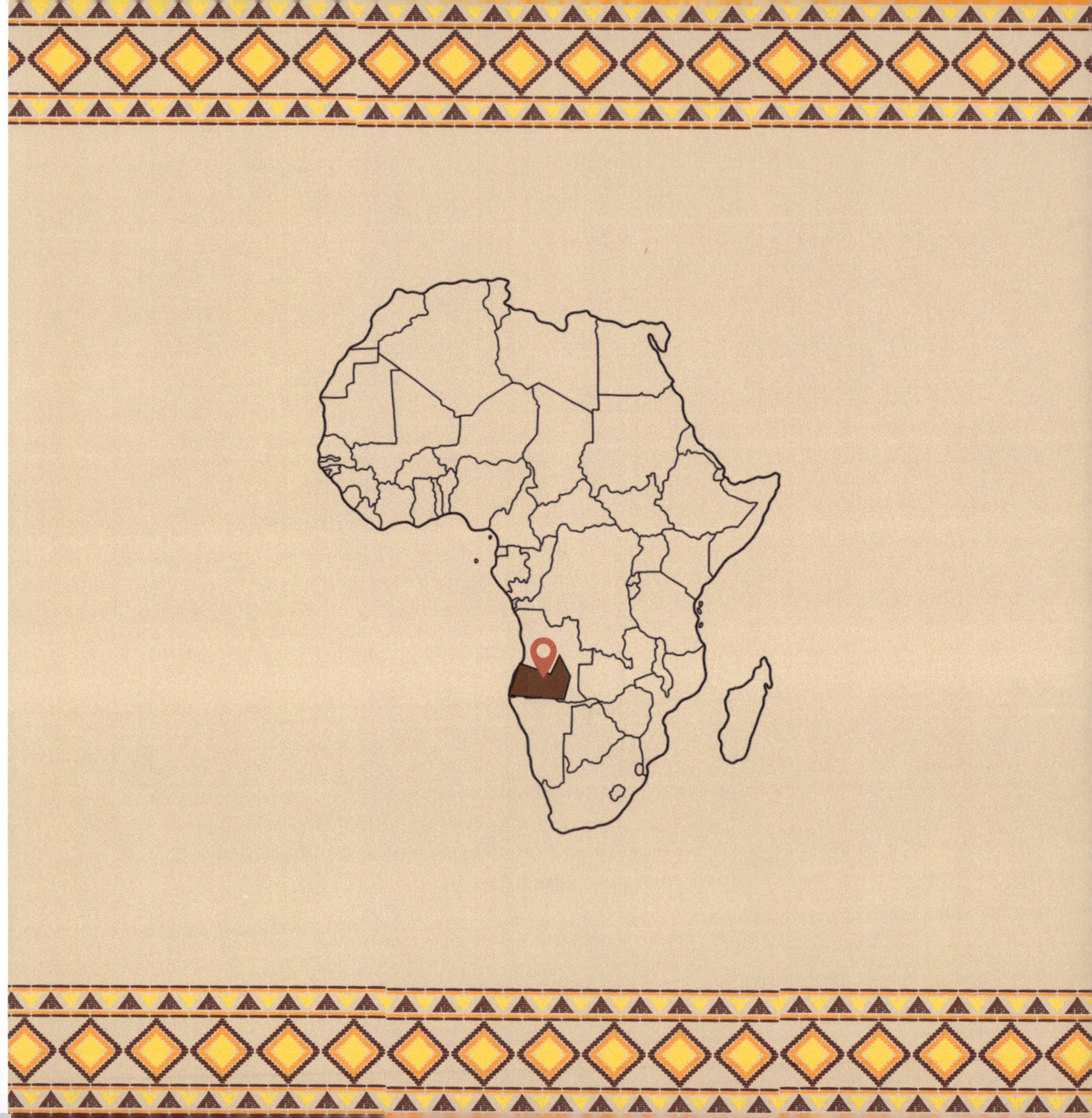

QUEEN NZINGA MBANDI
NZINGA WA NDONGO NA MATAMBA

Siku moja, wakati Ureno ilitaka kunyakua ufalme wake, mfalme aliamua kumtuma dadake Nzinga kufanya mazungumzo ya mapatano ya Amani na gavana wa Ureno.
Shukrani kwa ustadi wake wa mazungumzo, gavana wa Ureno aliahidi Nzinga ataondoka ufalme wa Ndongo kwa amani.

Kwa bahati mbaya, muda mfupi baada ya mkutano huu, Mfalme Ngola alifariki na Ureno ikaamua kuvunja ahadi yake kwa Nzinga.

Nzinga, ambaye wakati huo alikuwa malkia wa Ndongo, alilazimika kukimbia uvamizi wa Wareno. Alikimbilia katika eneo la jirani la Matamba, ambako alitayarisha mpango wake wa kupinga mashambulizi.

Sasa malkia wa Ndongo na Matamba, Malkia Nzinga aliyekuwa shujaa na mjanja aliamua kupata mafunzo ya vita, kuwapeleleza Wareno na kuunda ushirikiano na maadui zao ili kuwashinda na kuwafukuza kutoka kwa ufalme wao.

Mbinu hii ilizaa matunda!

Shukrani kwa uvumilivu na uerevu wake, malkia Nzinga Mbandi alifanikiwa kurejesha ufalme wa Ndongo kutoka kwa Wareno!

23

YASUKE
SAMURAI MWEUSI
Miaka 500 iliyopita, mwanamume kutoka Afrika aliwasili Japani.
Mara tu mguu wake ulipogusa ardhi, umati wa Wajapani wenye shauku ulikusanyika ili kumwona mgeni huyu mwenye ngozi nyeusi.

Mfiko huu wa kipekee ulifikia masikio ya *daimyō* (gavana) wa eneo, Oda Nobunaga, ambaye binafdi alikwenda kukutana na mtu huyu wa pekee sana.

Mbali na rangi ya ngozi yake, kilichomvutia Oda Nobunaga ni urefu wa mgeni huyu, nguvu zake za kipekee za mwili pamoja na uerevu wake, alikuwa amejifunza kuzungumza Kijapani haraka sana.

Akishangazwa na mwanamume huyu, gavana aliamua
kumpa nyumba, pesa, na juu ya yote, cheo cha juu zaidi
cha kijeshi; kile cha samurai.
Pia alimpa jina la Kijapani: Yasuke.

Kama mgeni wa kwanza aliyepewa jina samurai, Yasuke
alipigana kwa ujasiri pamoja na Oda Nobunaga.

Kwa pamoja walishinda vita vingi dhidi ya daimyō wengine.
Yasuke alipewa jina la utani la "mtu ambaye nguvu zake
zzinazidi wanaume 10".

Kwa bahati mbaya, siku moja, Oda Nobunaga alipoteza maisha yake baada ya vita.

Tunajua kwamba Yasauke alinusurika, lakini hatujui shani zake zilizofuata.

Lakini jambo moja ni hakika, wakati wake huko Japani ulimfanya kuwa shujaa mashuhuri wa vita!

29

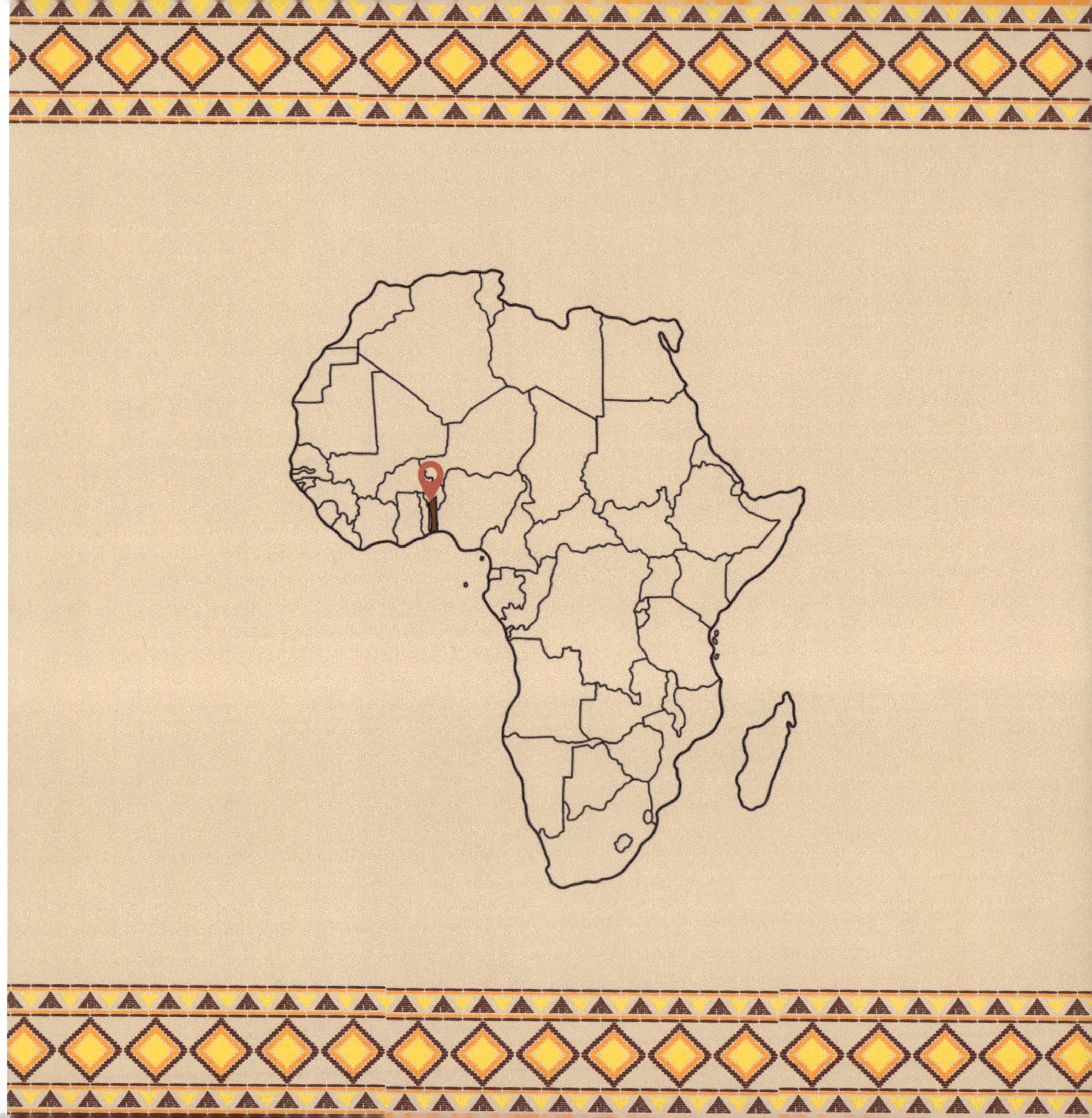

MINON
AMAZONI WA DAHOMEY
Miaka 400 iliyopita katika ufalme wa Dahomey (Benin ya sasa),
kuliishi kundi la kwanza la kijeshi lililoundwa na wanawake
lililoitwa Minon ("mama zetu " katika lugha ya Fon).

Lengo la shujaa hawa wa vita lilikuwa kulinda ufalme kutoka
kwa maadui wakati wote.
Ili kufanya hivyo, walipata mafunzo mengi katika vita vya mwili
kwa mwili na matumizi ya kila aina ya silaha.

Kwa sababu walichukuliwa kuwa nusu-miungu wa kike,
waliheshimiwa na watu wote waliopiga magoti mbele yao
walipokuwa wakipita kama ishara ya heshima na
pendezi zao kwa nguvu na ushujaa wao.

Wakati adui zao, waliotoka Ulaya, walipokabiliana nao kwa mara ya kwanza, walivutiwa na roho ya kupihana na ujasiri wa wanawake hao.
Ndio maana waliwapa jina la utani la "Amazoni wa Dahomey", kwa kurejelea maashujaa maarufu wa kike wa hadithi za Uigiriki.

Hata leo, Minon wanachukuliwa
kuwa moja ya kikundi shujaa zaidi
la wanawake ambalo limewahi
kuishi!

35

KURASA ZA KUPAKA RANGI

Baadhi ya wahusika hawana nguo au nyuso, kwa hivyo ni jukumu lako kujichora wewe mwenyewe au watu unaowachagua kando ya watu hawa mashuhuri!

mon-heritage-afro.fr

@heritageafro

@mon_heritage_afro

Mon héritage afro